Ang librong ito ay inaalay ko sa aking unang apo na si Owen Timothy Ritter, ang aking inspirasyon.

This book is dedicated to my first grandson,
Owen Timothy Ritter,
my inspiration.

Mahal Kong Pamilya, meaning "Dear Family," is about a little boy's letter of love and appreciation to his family. The book is written in Tagalog, the main language in the Philippines, and is translated into English. The goal of the book is to introduce young children to a second language. The sentences are short and simple for easy reading and understanding.

ISBN 978-1-7362453-0-9

MAHAL KONG PAMILYA

(Dear Family)

Written by:
Loida Pel Timbang

Illustrated by:
Shara Cabalteja

Mahal Kong Pamilya,

Dear Family,

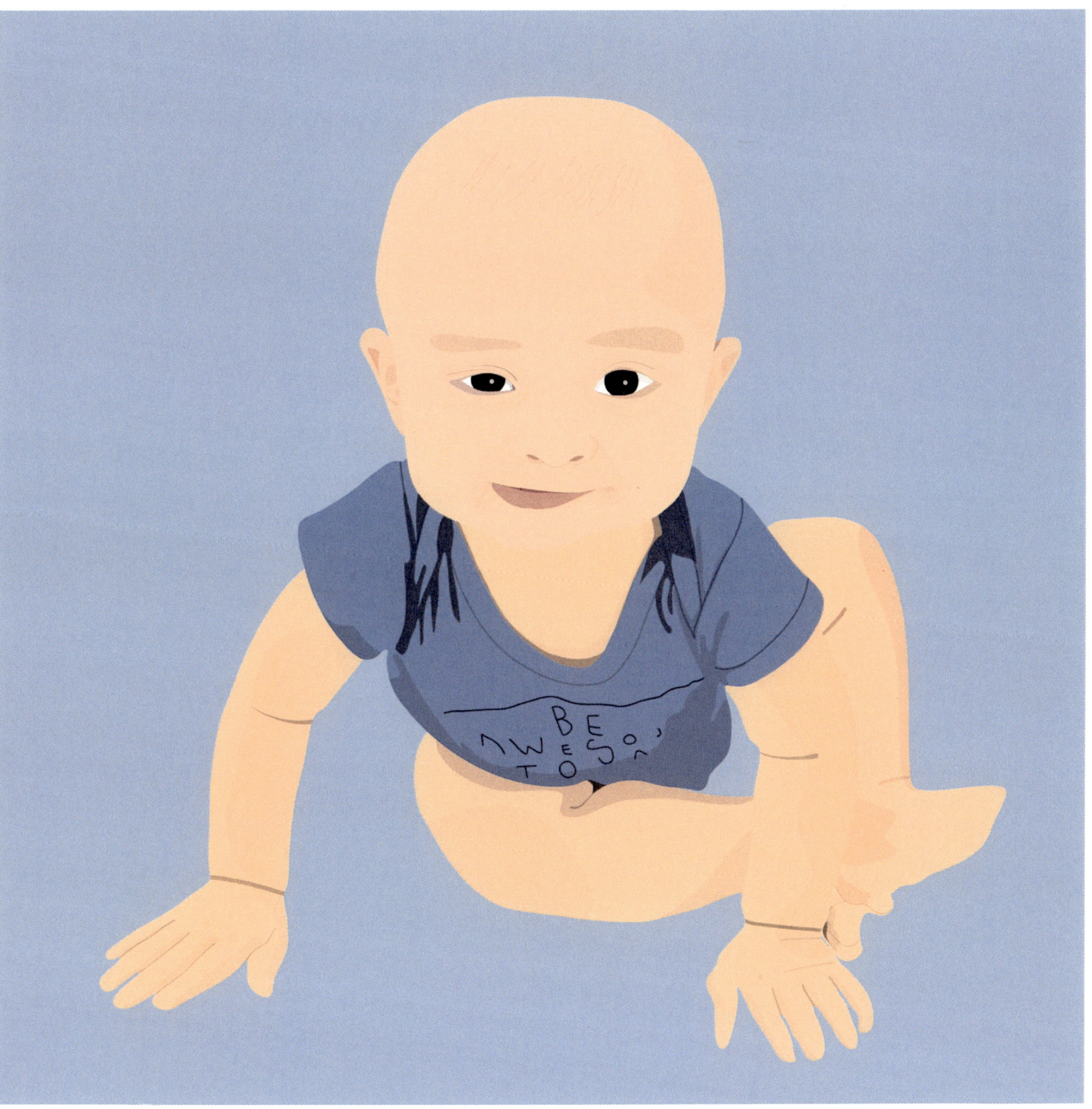
BE
AWESO
TO

Mahal Kita, Nanay.

I love you, Mom.

Ikaw po ang aking unang pag-ibig at ito ay hinding-hindi magbabago.

You are my first love and this will never, ever change.

Mahal Kita, Tatay.

I love you, Dad.

Ikaw po ang aking pinakaunang matalik na kaibigan at taga-aliw.

You are my very first best friend and my comforter.

Mahal ko kayo, mga lola.

I love you, grandmas.

Kayo po ang aking masugid na tagahanga at tagapag-alaga.
You are my zealous admirer and caregiver.

Mahal ko kayo, mga lolo.

I love you, grandpas.

Kayo po ang aking malakas na mga tagasuporta at tagapagkalinga.
You are my strong support and caretaker.

Mahal Kita, Kuya.

I love you, big brother.

Salamat sa pagbabantay mo sa akin habang ako ay naglalaro.

Thanks for watching over me while I play.

Mahal Kita, Ate.

I love you, big sister.

Masaya ako na nakilala kita bilang ate. Inaalagaan mo po ako at pinasasaya sa iyong mga biro.

I am happy to know you as my big sister. You take good care of me and make me happy with your jokes.

Mahal ko kayo, aking mga tita.

I love you, my aunts.

Kayo po ang aking mga anghel de la guardia.

You are my guardian angels.

Mahal Kita, Tito.

I love you, Uncle.

Naramdaman ko po ang pagmamahal mo noong una mo pa lang akong hawakan sa iyong mga bisig.
I felt your love the first time you held me in your arms.

Maraming salamat po sa inyong lahat sa pagmamahal na ibinibigay ninyo sa akin.

Thank you, everyone, for all the love you have given me.

Nagmamahal,

Lovingly yours,

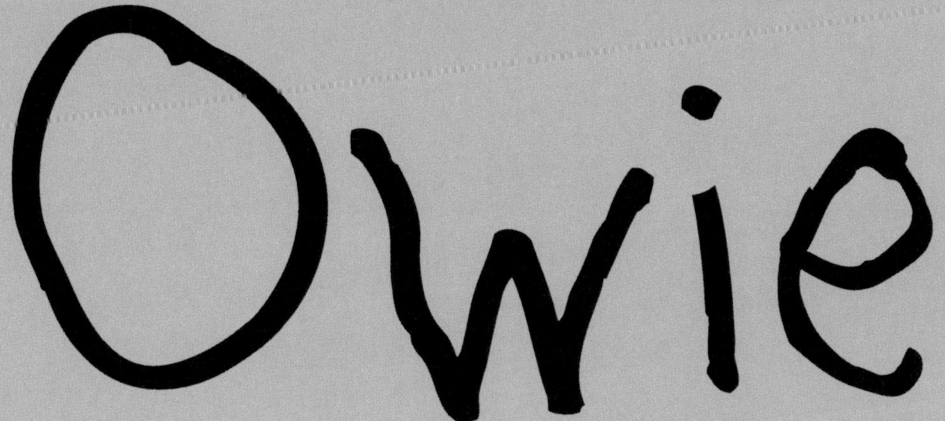

BE
AWESOME

Glossary

Filipino - English

pamilya - family

nanay - mom, mother

tatay - dad, father

lola - grandmother

lolo - grandfather

ate - big sister

kuya - big brother

*alagang aso - pet dog

tita - aunt, auntie

tito - uncle

libro – book

biro – joke

kalaro – playmate

malakas – strong

masaya – happy

masugid – zealous

matalik na kaibigan – best friend

tagahanga – admirer

tagapag-alaga – caregiver

unang pag-ibig – first love

matalik na kaibigan – best friend

tagahanga – admirer

tagapag-alaga – caregiver

unang pag-ibig – first love“

po” – a sign of respect when talking to an older person

maraming salamat – thank you

mahal kita – I love you

*Special thanks to Faith Nolasco for some of the photos used in this book as well as to Karla Timbang for editing.

Made in the USA
Monee, IL
22 January 2021